W9-BGR-797

พระราชนิพนธ์

พระบาทสมเด็จพระเจ้าอยู่หัวภูมิพลอดุลยเดช

His Majesty King Bhumibol Adulyadej
Biography of a Pet Dog

เรื่อง ทองแดง
The Story of Tongdaeng

พระราชนิพนธ์

พระบาทสมเด็จพระเจ้าอยู่หัวภูมิพลอดุลยเดช

เรื่องทองแดง

พิมพ์ครั้งแรก : พฤศจิกายน พ.ศ. ๒๕๔๕ จำนวน ๑๐๐,๐๐๐ เล่ม

พิมพ์ซ้ำ   : พฤศจิกายน พ.ศ. ๒๕๔๕ จำนวน ๑๐๐,๐๐๐ เล่ม

พฤศจิกายน พ.ศ. ๒๕๔๕ จำนวน ๑๐๐,๐๐๐ เล่ม

ธันวาคม พ.ศ. ๒๕๔๕ จำนวน ๑๐๐,๐๐๐ เล่ม

ธันวาคม พ.ศ. ๒๕๔๕ จำนวน ๕๐,๐๐๐ เล่ม

มกราคม พ.ศ. ๒๕๔๖ จำนวน ๕๐,๐๐๐ เล่ม

มกราคม พ.ศ. ๒๕๔๖ จำนวน ๕๐,๐๐๐ เล่ม

พิมพ์ที่ บริษัททอมรินทร์พริ้นติ้งแอนด์พับลิชชิ่ง จำกัด (มหาชน)

จัดจำหน่ายโดย บริษัท อมรินทร์บุ๊คเซ็นเตอร์ จำกัด

๖๕/๖๐-๖๒ ถนนชัยพฤกษ์ ตลิ่งชัน กรุงเทพฯ ๑๐๑๗๐ โทร. ๐ ๒๘๘๒-๒๐๐๐

ราคา ๒๙๙ บาท

His Majesty King Bhumibol Adulyadej
Biography of a Pet Dog

The Story of Tongdaeng

First edition : November 2002, 100,000 copies

Reprinted   : November 2002, 100,000 copies

November 2002, 100,000 copies

December 2002, 100,000 copies

December 2002, 50,000 copies

January 2003, 50,000 copies

January 2003, 50,000 copies

Printed in Thailand by
Amarin Printing and Publishing Public Company Limited

Distributed by   Amarin Book Center Company Limited
65/60-62 Chaiyaphruk Road, Taling Chan, Bangkok 10170
Tel. 0 2882-2000

ISBN 974-272-626-4

Price 299 Baht

ภาพหน้าปก : ๑๒ กันยายน ๒๕๔๒ วังไกลกังวล.

ภาพหน้า ๑ : ๓๐ เมษายน ๒๕๔๔ วังไกลกังวล.

Front cover picture : Klaikangvol Palace, September 12, 1999.
Title page picture : Klaikangvol Palace, April 30, 2001.

Klaikangvol Palace, April 30, 2001. ๓๐ เมษายน ๒๕๔๔ วังไกลกังวล.

Table of Contents

๕ สิงหาคม ๒๕๔๓ วังไกลกังวล.
Klaikangvol Palace,
August 5, 2000,

สารบัญ

๑๔ กันยายน ๒๕๔๒ วังไกลกังวล.
Klaikangvol Palace,
September 14, 1999.

ภาพทองแดง ตั้งแต่เกิดถึงปัจจุบัน.
Collection of Tongdaeng's photos from birth up to the present.

ฉลองครบรอบวันเกิด ๔ ปี ๗ พฤศจิกายน ๒๕๔๕ วังไกลกังวล.
Fourth birthday anniversary, Klaikangvol Palace, November 7, 2002.

พระราชปรารภ

พระบาทสมเด็จพระเจ้าอยู่หัวทรงมีพระราชดำริว่า ทองแดงเป็นสุนัขธรรมดาที่ไม่ธรรมดา มีชื่อเสียงเป็นที่รู้จักกันนับว่ากว้างขวาง มีผู้เขียนเรื่องทองแดงก็หลายเรื่อง แต่น่าเสียดายว่าเรื่องที่เล่า มักมีความคลาดเคลื่อนจากความจริง และขาดข้อมูลสำคัญบางประการ โดยเฉพาะเกี่ยวกับความกตัญญูรู้คุณของทองแดงที่มีต่อ "แม่มะลิ" ที่พระบาทสมเด็จพระเจ้าอยู่หัวทรงยกย่องว่า **"ผิดกับคนอื่นที่เมื่อกลายมาเป็นคนสำคัญแล้ว มักจะลืมตัว และดูหมิ่นผู้มีพระคุณที่เป็นคนต่ำต้อย"**

ทองแดงเป็นสุนัขที่มีสัมมาคารวะ และมีกิริยามารยาทเรียบร้อย เจียมเนื้อเจียมตัว รู้จักที่ต่ำที่สูง เวลาเฝ้าฯ พระบาทสมเด็จพระเจ้าอยู่หัว จะนั่งต่ำกว่าเสมอ แม้จะทรงดึงตัวขึ้นมากอด ทองแดงก็จะทรุดตัวลงหมอบกับพื้น และทำหูลู่อย่างนอบน้อม คล้ายๆ กับแสดงว่า "ไม่อาจเอื้อม"

คุณสมบัติของทองแดงดังที่กล่าวนี้ น่าจะมาจากนิสัยของแม่แดง ซึ่งแม้จะเป็นสุนัขเร่ร่อนต่ำต้อย จนถูกเจ้าหน้าที่ กทม. จับไปรอวันตายที่ทุ่งสีกัน เมื่อโชคดีได้รับอุปการะอยู่ในบ้าน ก็ได้วางตัวเหมาะสมอย่างมหัศจรรย์ โดยเฉพาะในด้านเคารพสุนัขอาวุโส ที่แม้จะเคยรังแก แม่แดงก็ไม่เคยโต้ตอบหรือเคียดแค้น ทุกครั้งที่พบก็จะวิ่งเข้าไปหมอบคารวะผู้ใหญ่เช่นเดิม

เรื่อง สุนัขสามตัวนี้ คือ แดง มะลิ และทองแดง แสดงว่าสุนัขจรจัด มีคุณสมบัติที่น่าปรารถนาสำหรับเป็นสุนัขเลี้ยงในบ้าน สุนัขจรจัดที่มีผู้เมตตารับเลี้ยง ส่วนมากมักจะเจียมเนื้อเจียมตัว และมีความซื่อสัตย์จงรักภักดีต่อเจ้าของเป็นพิเศษ เสมือนสำนึกในบุญคุณ ทั้งยังฉลาดไม่แพ้สุนัขนอก บางตัวก็สวยงาม หรือมีความ โดดเด่นสง่างาม เช่น ทองแดง เป็นต้น

ในประเทศไทยมีหลายแสนตัวที่จะเลือกได้ ความจริงมีล้นเหลือ แต่ถ้าหาก เจ้าหน้าที่ทางราชการจะช่วย ก็จะมีผู้ที่ยินดีอย่างยิ่งในการเปิดบ้านต้อนรับสุนัขเหล่านี้ จะเป็นการช่วยแก้ปัญหาสุนัขเร่ร่อนซึ่งเป็นอันตราย นอกจากนี้ยังช่วยแก้ปัญหา สัตว์เลี้ยงหรูหราราคาแพง ซึ่งทำให้เศรษฐกิจตกต่ำ ทั้งหันมาพัฒนาสายพันธุ์สุนัขไทย ที่ฉลาดน่ารักและซื่อสัตย์ ที่มีอยู่มากมาย

พระตำหนักเปี่ยมสุข วังไกลกังวล หัวหิน
วันที่ ๒๖ พฤศจิกายน ๒๕๔๕

Preface

His Majesty the King entertains the opinion that Tongdaeng is a common dog who is uncommon. She is quite widely known. Many accounts about Tongdaeng were published, but regretably, there were many departures from the truth; at the same time, they also lacked many important details, particularly Tongdaeng's gratefulness and respect to "Mae Mali", which His Majesty praises as being **"different from many others who, after having become an important personality, might treat with contempt someone of lower status who, in fact, should be the object of gratitude."**

Tongdaeng is a respectful dog with proper manners; she is humble and knows protocol. She would always sit lower than the King; even when he pulls her up to embrace her, Tongdaeng would lower herself down on the floor, her ears in a respectful drooping position, as if she would say, "I don't dare."

Tongdaeng must have inherited this quality of respect for elders from her mother, "Mae Daeng" who used to be a lowly stray dog which was taken to the dog pound to await her death. But once she had the chance to be taken into a good home, she behaved in an admirable fashion, specially in her respectful behavior toward a senior dog who bullied her. Daeng never fought back or held a grudge against her. Whenever Daeng saw this old dog, she still ran to greet her with respect.

The story of these three dogs, Daeng, Mali, and Tongdaeng, shows that dogs from the street can have all the desirable qualities that one could want from pet dogs. Most adopted stray dogs are usually humble and exceptionally faithful to their owners as if they are grateful for this kindness. Moreover, they are not inferior to imported dogs in terms of intelligence. Some are attractive or have a distinctive smart look like Tongdaeng.

In this country, there are thousands to choose from. They are, in fact, too numerous, but if the authorities would help, many people would be more than willing to give a suitable home for these dogs. It would help to solve part of the problem of dangerous stray dogs as well as reduce the import of expensive "luxury pets" which take a toll on the economy of the country. Therefore, we should encourage the improvement of the existing varieties of Thai dogs, which can provide good looking as well as faithful pets.

Piemsuk Villa, Klaikangvol Palace, Huahin

November 26, 2002

The Medical Development Center Alley: Tongdaeng's Birthplace

On September 29, 1998 (2541), His Majesty the King went to annoint the foundation stone of the Medical Development Center Clinic and visited the vegetable plot below the Ram-Indra Expressway, which is, at present, the location of Rama Ninth "Golden Place" convenient store, in the Wang Tonglarng District. In preparation for the Royal Visit, officials from the Bangkok Municipality came to make sure that the place would look spick and span.

The Medical Development Center Clinic.

ซอยศูนย์แพทย์พัฒนา ที่เกิดของ "ทองแดง"

เมื่อวันที่ ๒๙ กันยายน ๒๕๔๑ พระบาทสมเด็จพระเจ้าอยู่หัวเสด็จพระราช-
ดำเนินไปทรงเจิมศิลาฤกษ์ คลินิกศูนย์แพทย์พัฒนา และทอดพระเนตรแปลงผัก
บริเวณใต้ทางด่วนรามอินทรา ซึ่งปัจจุบันนี้คือ ร้านโกลเด้นเพลซ พระรามเก้า
เขตวังทองหลาง

ในการเตรียมรับเสด็จครั้งนั้น เจ้าหน้าที่กรุงเทพมหานครได้มาจัดการทำ
ความสะอาดและดูแลความเรียบร้อยในบริเวณที่จะเสด็จพระราชดำเนินผ่าน

คลินิกศูนย์แพทย์พัฒนา.

In the neighborhood of the Medical Development Center and the nearby housing estate, there were many stray dogs, four of them were regularly fed and looked after by the local community. They were called according to their colors or characteristics, such as "Dam Yai" (Big Black), the leader of the group, a sort of Casanova, who later was taken to be neutered; "Dam Lek" (Little Black), who soon disappeared because Dam Yai bullied him; "Pay" (The Lame One), a crippled dog, and "Darng" (Patchy, white with brown patches.)

When the officials from the Municipality came to prepare for the visit, they also took away the four dogs. The local people who used to feed the dogs regularly, protested because they had become attached to these dogs. When their complaints came to the attention of the King, a royal order was given to a doctor of the Clinic to get in touch with the Bangkok Municipality to ask for the return of the dogs. This caused confusion and annoyance for the officials who had come to catch the dogs, for the fact that one order had been issued to take the dogs away, while a counter-order was given to bring them back, even though they had nearly reached Tungsikan (the dog pound). Anyhow, when they received the radio message to bring them back, they brought them back, with an addition of two more dogs. Nobody knew where these two dogs came from. Thus, all the dogs had safely returned "home" where they used to live. The day the King came to annoint the foundation stone of the Medical Center, the King saw "Dam Yai" running beside the King's route. "Dam Yai" (Big Black) had to eventually be neutered because he dared to woo two golden retrievers in the community, resulting in having 15 (9 + 6) all-black golden retrievers puppies, or "Dam Yai Labradors". The result produced a great displeasure to the owner.

ในบริเวณคลินิกศูนย์แพทย์พัฒนาและหมู่บ้านข้างคลินิกศูนย์แพทย์พัฒนา มีสุนัขจรจัดอยู่หลายตัว แต่ที่ชาวบ้านเลี้ยงดูให้อาหารเป็นประจำ มีอยู่ ๔ ตัว ซึ่งมีชื่อเรียกกันตามสีและลักษณะของสุนัข คือ “ดำใหญ่” (สุนัขเจ้าถิ่นจอมเจ้าชู้ ซึ่งต่อมานำไปทำหมัน) “ดำเล็ก” (หายไปเพราะถูกดำใหญ่รังแก) “เป๋” (สุนัขพิการ) และ “ด่าง” (สีขาวด่างน้ำตาล)

เมื่อเจ้าหน้าที่ กทม. มาเตรียมงาน ก็ได้จับสุนัขทั้ง ๔ ตัวไปด้วย ชาวบ้านที่เคยให้อาหารสุนัขเป็นประจำก็โวยวายขึ้น เพราะมีความผูกพันกับสุนัขเหล่านี้ ความทราบถึงพระบาทสมเด็จพระเจ้าอยู่หัว จึงรับสั่งให้แพทย์ที่คลินิกศูนย์แพทย์พัฒนาติดต่อ กทม. ให้นำสุนัขมาคืน สร้างความสับสนและความไม่พอใจให้กับพนักงานฯ ที่มาจับสุนัขไป เพราะคนหนึ่งสั่งให้จับไป อีกคนหนึ่งให้นำมาคืน ทั้งๆ ที่สุนัขเดินทางไปเกือบถึงทุ่งสีกันแล้ว แต่เมื่อมีวิทยุให้นำมาคืน จึงนำมาคืนโดยแถมมาให้อีก ๒ ตัว ไม่มีผู้ใดทราบว่าสุนัข ๒ ตัวนี้มาจากไหน ดังนั้นสุนัขทั้งหมดจึงได้กลับ “บ้าน” ที่เคยอาศัยอยู่ ในวันที่เสด็จพระราชดำเนินเพื่อทรงเจิมศิลาฤกษ์อาคารคลินิกศูนย์แพทย์พัฒนา พระบาทสมเด็จพระเจ้าอยู่หัวยังทอดพระเนตรเห็น “ดำใหญ่” วิ่งอยู่ข้างๆ ทางเสด็จพระราชดำเนิน ดำใหญ่ ต้องไปทำหมันเพราะบังอาจลอบไปจีบสาวโกลเด้นรีทรีเว่อร์ในหมู่บ้านไปได้ ๒ ตัว ทำให้มีลูกสุนัขพันธุ์โกลเด้นรีทรีเว่อร์ออกมาเป็นสีดำทั้งหมด ๑๕ ตัว (๙ + ๖) กลายเป็นสุนัขพันธุ์ลาบราดอร์ “ตระกูลดำใหญ่” ยังความหงุดหงิดให้แก่เจ้าของบ้านเป็นยิ่งนัก

"Daeng" Tongdaeng's mother

One of the additional dogs was called "Daeng" (Red) because she had reddish-brown coat. When she was released, she immediately ran into the alley adjoining the Medical Development Center to take refuge and never left it again. As for the other dog, he remained in the Medical Development Center neighborhood for a few days and disappeared. Probably because he was chased away by the other dogs. When "Daeng" came, she was fed the same way as the other stray dogs.

When she first came, "Daeng" was a timid and nervous dog. She was a skinny and mangy dog. Not long afterwards, those who gave her food noticed that she was getting unusually heavy, and saw that she was pregnant. Eventually, on the evening of November 7, 1998 (2541), before midnight, "Daeng" gave birth to seven puppies — one male and six females. These received the names of Tongdaeng, Kalua, Noon, Tongleung (the lone male), Lamoon, Koro and Koso. Workers who were building the houses in the alley brought a big cardboard box to make a home for them. The householders took care of the puppies; old newspapers and towels were brought as bedding; they also brought milk for them because "Daeng" could not produce enough milk to feed her puppies.

ประมาณเดือนพฤศจิกายน ๒๕๔๑ คลินิกศูนย์แพทย์พัฒนา.
At the Medical Development Center, around November 1998.

"แดง" แม่ของ "ทองแดง"

สุนัขใหม่ ๒ ตัวที่เพิ่มขึ้นมานี้ ตัวหนึ่งชาวบ้านเรียกว่า "แดง" เพราะมี
สีน้ำตาลแดง เมื่อถูกปล่อยก็หนีเข้าไปในซอยหมู่บ้านข้างคลินิกศูนย์แพทย์พัฒนา
และไม่ยอมออกไปจากซอยนั้นอีกเลย ส่วนอีกตัวหนึ่งมาอาศัยอยู่ในบริเวณคลินิก
ศูนย์แพทย์พัฒนาได้ ๒ - ๓ วันก็หายไป คิดว่า คงถูกสุนัขเจ้าถิ่นที่อาศัยอยู่ก่อน
ไล่ไป เมื่อมี "แดง" มาเพิ่ม ชาวบ้านในซอยก็เลี้ยงดูให้อาหาร เช่นเดียวกับตัวอื่น

เมื่อมาอยู่ใหม่ๆ "แดง" เป็นสุนัขขี้กลัว ผอมมีแต่กระดูก และเป็นขี้เรื้อน
ต่อมาไม่นานชาวบ้านที่เลี้ยงอาหารก็เห็นว่า "แดง" อ้วนขึ้นผิดสังเกต จึงรู้ว่าเป็น
สุนัขท้อง และในวันที่ ๗ พฤศจิกายน ๒๕๔๑ เวลาประมาณเที่ยงคืน "แดง"
คลอดลูกออกมา ๗ ตัว เป็นตัวผู้ ๑ ตัว และตัวเมีย ๖ ตัว ซึ่งต่อมาได้รับชื่อดังนี้
คือ ทองแดง คาลัว หนุน ทองเหลือง (ตัวผู้ตัวเดียว) ละมุน โกโร โกโส
คนงานในซอยหมู่บ้านที่กำลังก่อสร้างได้นำกล่องกระดาษใบใหญ่มาทำเป็นบ้านให้
ชาวบ้านช่วยเลี้ยงดู เอากระดาษหนังสือพิมพ์และผ้าเช็ดตัวมาปูให้ รวมทั้งป้อนนม
ให้ลูกสุนัข เพราะ "แดง" ไม่มีนมเลี้ยงลูกได้พอ

ประมาณเดือนพฤศจิกายน ๒๕๔๑ คลินิกศูนย์แพทย์พัฒนา.
At the Medical Development Center, around November 1998.

17

"Tongdaeng" : From Wang Tonglarng to Wang Suan Chitralada

Tongdaeng had some characteristics which made her different from her siblings. The special features that afforded her the chance to be presented to His Majesty were the half necklace on her neck, four white socks, the curled tail, and most important, the white spot on the nose and the tail tip, the same as "Tongdam", a royal dog that was born on November 8, 1998 (2541). For these reasons, His Majesty the King accepted the little puppy with the intent that they would become a couple. She received the name "Tongdaeng" (copper) because of her reddish-brown coat to correspond with "Tongdam" (black gold) who was black. Tongdaeng was presented to the King on Sunday, December 13, 1998 (2541), at the age of only five weeks and became Khun Tongdaeng. Nevertheless, though Tongdaeng had been intended for Tongdam, before coming to the palace, the real destined one for Tongdaeng was "Tongtae", the young "Basenji". Tongdaeng was mated with Tongtae because she had some characteristics similar to the Basenji. Their offsprings consisting of three females and six males were born on Tuesday, September 26, 2000 (2543).

Chitralada Villa, December 13, 1998.　　　　　　　๑๓ ธันวาคม ๒๕๔๑ พระตำหนักจิตรลดาฯ.

"ทองแดง" จากวังทองหลางสู่วังสวนจิตรฯ

     ทองแดง มีลักษณะต่างจากพี่น้อง คือมีลักษณะเด่นที่ทำให้ทองแดงได้เข้าเฝ้าฯ ถวายตัว คือมีสายสร้อยรอบคอครึ่งเส้น ถุงเท้าขาวทั้ง ๔ ขา หางม้วน ที่สำคัญที่สุด คือ จมูกแด่น และหางดอกสีขาว เช่นเดียวกับ "ทองดำ" สุนัขหลวงซึ่งเกิดวันที่ ๘ พฤศจิกายน ๒๕๔๑ พระบาทสมเด็จพระเจ้าอยู่หัว จึงทรงรับลูกสุนัขตัวน้อยนี้ไว้ เพื่อเป็น "แฟน" ทองดำ และพระราชทานชื่อสุนัขว่า "ทองแดง" เพราะมีสีน้ำตาล และเพื่อให้สอดคล้องกับ "ทองดำ" ซึ่งมีสีดำ "ทองแดง" ได้เข้าสวนจิตรฯ ถวายตัวเมื่อวันที่ ๑๓ ธันวาคม ๒๕๔๑ เมื่อมีอายุเพียง ๕ อาทิตย์ และกลายเป็น "คุณทองแดง" อย่างไรก็ตาม ถึงแม้ว่า ทองแดง จะเป็นคู่หมายของทองดำตั้งแต่ก่อนเข้าวัง แต่ในที่สุดคู่ที่แท้จริงของทองแดง ก็คือ "ทองแท้" หนุ่ม "บาเซนจิ" และมีลูกด้วยกัน ๙ ตัว เมื่อวันที่ ๒๖ กันยายน ๒๕๔๓ ทั้งนี้เพราะว่าทองแดงมีลักษณะบางอย่างที่คล้ายคลึงกับสุนัขพันธุ์ "บาเซนจิ"

Chitralada Villa, December 13, 1998.   ๑๓ ธันวาคม ๒๕๔๑ พระตำหนักจิตรลดาฯ.

Chitralada Villa, December 13, 1998.   ๑๓ ธันวาคม ๒๕๔๑ พระตำหนักจิตรลดาฯ.

Chitralada Villa, December 13, 1998.   ๑๓ ธันวาคม ๒๕๔๑ พระตำหนักจิตรลดาฯ.

Chitralada Villa, December 13, 1998.   ๑๓ ธันวาคม ๒๕๔๑ พระตำหนักจิตรลดาฯ.

Chitralada Villa, December 13, 1998.   ๑๓ ธันวาคม ๒๕๔๑ พระตำหนักจิตรลดาฯ.

Tongdaeng came to Chitralada at a very tender age, so she needed to have mother's milk. She was lucky to have the milk of "Mother Mali", the stray dog (the mate of Sud-Lo, the Dalmatian dog), the mother of Tongdam and the other eight puppies who were born on November 8, 1998 (2541), a day after Tongdaeng. Tongdaeng's siblings were taken care of by the neighbors. "Daeng" eventually came to live in a house with two puppies; another puppy was taken into the home the other side of the alley; two other sisters were taken elsewhere; the only male puppy which the King named "Tongleung", had the chance to be taken into the home of a royal attendant. Thus, "Daeng" and all her children changed their status from being stray dogs to house dogs.

The day Tongdaeng came to be presented to the King, Tongdaeng cried all the way from Wang Tonglarng. Perhaps it was because she missed her mother and was lonely because she was so very young. Although the one who brought her gave her some milk and cakes, she did not stop crying. Even when she was put on the lap or carried around to pacify her, Tongdaeng did not stop crying. Strangely enough, once she had been presented to His Majesty, she stopped crying, and crawled to nestle on his lap, as if entrusting her life to his care, and fell fast asleep, free from all worries, loneliness and fear.

Chitralada Villa, December 13, 1998. *๑๓ ธันวาคม ๒๕๔๑ พระตำหนักจิตรลดาฯ.*

โดยที่ยังเด็กมากเมื่อมาอยู่ที่สวนจิตรฯ ทองแดงจึงต้องอาศัยกินนม "แม่มะลิ" หมาเทศ (ภริยาของ "สุดหล่อ" สุนัขดัลเมเชี่ยน) แม่ของ "ทองดำ" และพี่น้องทั้ง ๙ ตัว ซึ่งเพิ่งเกิด วันที่ ๘ พฤศจิกายน ๒๕๔๑ หลังทองแดง ๑ วัน ส่วนพี่น้องของทองแดง ชาวบ้านก็ช่วยกันรับมาเลี้ยงดูในบ้าน "แดง" จึงได้เข้ามาอยู่ในบ้านพร้อมกับลูกอีก ๒ ตัว และน้องอีกตัวหนึ่งก็ได้อยู่บ้านหลังตรงกันข้าม อีกสองตัวมีผู้มาขอไปเลี้ยงเช่นเดียวกัน ส่วนสุนัขที่เป็นตัวผู้ตัวเดียว ได้รับพระราชทานชื่อว่า ทองเหลือง โชคดีได้อยู่บ้านที่เจ้าของเป็นข้าราชบริพาร ดังนั้น "แดง" และลูกๆ ทั้งหมดจึงเปลี่ยนสภาพจาก "หมาเทศ" (เทศบาล) มาเป็น "หมาบ้าน" เต็มตัว

วันที่ทองแดงมาเฝ้าฯ พระบาทสมเด็จพระเจ้าอยู่หัว ทองแดงร้องไห้ตลอดทางที่มาจากวังทองหลาง อาจเป็นเพราะคิดถึงแม่ หรือว้าเหว่เพราะยังเด็กมาก แม้ผู้นำมาจะได้ป้อนนมและขนมก็ไม่หยุดร้อง แม้อุ้มไว้บนตักหรืออุ้มเดินไปมา ทองแดงก็ยังไม่หยุดร้อง แต่น่าประหลาดที่เมื่อถวายตัวแล้ว ทองแดงก็หยุดร้อง แล้วคลานเข้ามาซุกที่พระเพลาเหมือนจะฝากชีวิตไว้กับพระองค์ และหลับสนิทอย่างหมดกังวล คลายความหวาดกลัวและความว้าเหว่ทั้งมวล

Characteristics of Tongdaeng

Tongdaeng's characteristics — a tail, one and a half turn curl with white dot at the end, and a streamlined, handsome figure — resembled a type of dogs that His Majesty the King recollected having seen in a book about different breeds of dogs. When he looked in that book, it appeared that Tongdaeng had some characteristics akin to the "Basenji". This intrigued him still more, and he studied further about the Basenji, because they were dogs that were not yet well-known in Thailand. He searched many books about the Basenji, including information on the internet to study about the history of the Basenji. He found that, at present, the Basenji was considered an ancient race of dog, originating from the Congo in Central Africa. They were used in hunting to locate game, to retrieve those that had been killed, and to chase the game to the nets. There are engravings in the Saggara Pyramid, in Egypt, depicting dogs biting a sizeable antelope dating about four thousand years ago. There is also an engraving of Pharaoh Renu and Queen Dedet showing a Basenji crouching under the Pharaoh's throne. It is strange that, when Tongdaeng was small, when she was with the King, she would crouch under his chair in that same manner.

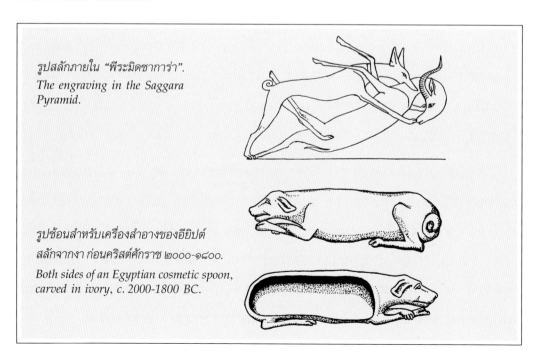

รูปสลักภายใน "พีระมิดซาการ่า".
The engraving in the Saggara Pyramid.

รูปช้อนสำหรับเครื่องสำอางของอียิปต์
สลักจากงา ก่อนคริสต์ศักราช ๒๐๐๐-๑๘๐๐.
Both sides of an Egyptian cosmetic spoon, carved in ivory, c. 2000-1800 BC.

ลักษณะของ “ทองแดง”

จากลักษณะของ ทองแดง คือมีหางที่ม้วนหนึ่งรอบครึ่ง ประกอบกับมีหางดอกสีขาว และมีรูปร่างสูงเพรียวและสง่างาม คล้ายกับสุนัขพันธุ์ซึ่งพระบาทสมเด็จพระเจ้าอยู่หัว ทรงระลึกว่าเคยทอดพระเนตรเห็นในหนังสือเกี่ยวกับสุนัขพันธุ์ต่างๆ เมื่อทรงค้นในหนังสือเล่มนั้น ก็ปรากฏว่า ทองแดง มีลักษณะบางประการคล้ายคลึงกับสุนัขพันธุ์ “บาเซนจิ” ทำให้สนพระทัยยิ่งขึ้น และทรงค้นคว้าข้อมูลเกี่ยวกับบาเซนจิ เพราะเป็นสุนัขที่ไม่เป็นที่รู้จักแพร่หลายในเมืองไทย ทรงหาหนังสือเกี่ยวกับบาเซนจิหลายเล่ม รวมทั้งข้อมูลจากอินเตอร์เนต เพื่อศึกษาเกี่ยวกับประวัติของบาเซนจิ และทรงพบว่า ปัจจุบันถือว่า “บาเซนจิ” เป็นสุนัขพันธุ์โบราณ มีถิ่นกำเนิดบริเวณแอฟริกากลาง เดิมอยู่ประเทศคองโก ใช้งานในการล่าสัตว์ โดยมีหน้าที่ชี้ตำแหน่งสัตว์ เก็บสัตว์ที่ถูกยิงแล้ว และไล่ต้อนสัตว์ให้ไปติดตาข่าย และมีรูปสลักภายใน “พีระมิด ซาการ่า” ที่ประเทศอียิปต์มาประมาณสี่พันปีแล้ว แสดงรูปสุนัขกัดแอนติโลปตัวย่อมๆ และมีรูปหินสลักฟาโรห์ เรนู และราชินี เดเด็ต (Pharaoh Renu and Queen Dedet) ใต้ที่ประทับของฟาโรห์ มีสุนัขพันธุ์บาเซนจิหมอบอยู่ น่าแปลกที่เมื่อทองแดง ยังตัวเล็กอยู่ เวลามาเฝ้าฯ จะหมอบอยู่ใต้ที่ประทับแบบนี้เสมอ

รูปหินสลักฟาโรห์ เรนูและราชินี เดเด็ต.
Pharaoh Renu and Queen Dedet.

The King thoroughly studied the character, the behaviour and disposition of the Basenji. In fact, the King could be considered the foremost expert concerning the Basenji in Thailand. He understands the psychology of the dog, and how to deal with them. If one does not understand them, the Basenji seem to be a very stubborn dog. They must be treated with gentleness. The King taught and showed the attendants how to handle and take care of dogs which have Basenji blood in them. One example is, when they first began to train her, Tongdaeng was so afraid of the chain-leash used for training that the teachers thought that Tongdaeng could not be trained. Nevertheless, with gentle persuasion, Tongdaeng was easily trained and learned very readily. She did very well and was very disciplined, and could do better than some other dogs that had previously been trained. When the trainers line-up the dogs, usually numbering five or more, to greet the King's arrival, Tongdaeng would sit at attention, looking straight in the direction from where the King would arrive, without flinching, whereas some other dogs would either lie down, or look left and right.

Chitralada Villa, February 13, 2002. ๑๓ กุมภาพันธ์ ๒๕๔๕ พระตำหนักจิตรลดาฯ.

ทรงค้นคว้าศึกษาเกี่ยวกับลักษณะนิสัยใจคอของ บาเซนจิ อย่างถี่ถ้วน จนนับว่าทรงเป็นผู้เชี่ยวชาญเกี่ยวกับ บาเซนจิ มากที่สุดในประเทศไทย ทรงเข้า พระทัยจิตวิทยาของ บาเซนจิ ว่าควรจะดูแลอย่างไร เพราะถ้าไม่เข้าใจนิสัยใจคอ แล้ว จะรู้สึกว่าบาเซนจิเป็นสุนัขดื้อ จะต้องใช้ความละมุนละม่อม จึงทรงสอนและ แสดงให้พี่เลี้ยงและครูฝึกที่ดูแลสุนัขที่มีเชื้อสายพันธุ์บาเซนจิว่าควรจะปฏิบัติ อย่างไร เช่น เมื่อเริ่มการฝึกครั้งแรกๆ ทองแดงจะตื่นกลัวเมื่อใช้สายโซ่ฝึก จน ครูฝึกคิดว่าจะฝึกทองแดงไม่ได้แล้ว แต่เมื่อใช้ความละมุนละม่อมก็สามารถฝึก ทองแดงได้อย่างง่ายดาย และทำได้ดีด้วย และอยู่ในระเบียบวินัยดีกว่าสุนัขที่ฝึกมา แล้วหลายตัว เมื่อครูฝึกจูงสุนัขมาตั้งแถวคอยรับเสด็จ ซึ่งมักจะมีจำนวนห้าตัวขึ้นไป เมื่อใกล้เวลาเสด็จฯ ทองแดงจะนั่งตรง ตาจ้องตรงไปยังจุดที่จะเสด็จลง ไม่วอกแวก ขณะที่สุนัขบางตัวลงนอนบ้าง หันซ้ายหันขวาบ้าง

Klaikangvol Palace, September 26, 1999.   ๒๖ กันยายน ๒๕๔๒ วังไกลกังวล.

It is known that outstanding characteristics of the Basenji are that it "doesn't bark" and "has no body odor". Another distinguishing feature is its proud bearing like a purebred horse. Tongdaeng has a handsome gait, with a straight back, be it a trot or a gallop. When she stands, Tongdaeng also has a magnificent proud bearing. At the seaside in front of the villa of the Klaikangvol Palace, when His Majesty wishes to take a photograph of Tongdaeng, he would say, "Tongdaeng, get up on the sea-wall and strike a handsome pose; I want to take a picture." Tongdaeng would immediately get up on the sea-wall and stand still for the photograph. In Bangkok, when the King takes a walk for his exercise around the lake in front of the Chitralada Villa, Tongdaeng has the duty to escort the King. After the walk, the King would take a rest on the lawn, and that would

Klaikangvol Palace, September 21, 1999.   *๒๑ กันยายน ๒๕๔๒ วังไกลกังวล.*

28

ดังที่ทราบกันว่าลักษณะเด่นของสุนัขพันธุ์บาเซนจิคือ "ไม่เห่า" และ "ไม่มีกลิ่นตัว" ลักษณะเด่นอีกอย่างหนึ่งคือ มีท่วงท่าสง่างาม ราวกับม้าพันธุ์ดี ทองแดงก็มีลักษณะเช่นนั้น คือวิ่งสวย หลังตรง ท่าสง่า ไม่ว่าจะวิ่งแบบ "เหยาะๆ" หรือวิ่งแบบ "ควบ" ก็ตาม เวลายืน ทองแดงก็วางท่าสง่างามเช่นเดียวกัน เมื่อประทับอยู่ที่เขื่อนริมทะเลหน้าพระตำหนักที่วังไกลกังวล และพระบาทสมเด็จพระเจ้าอยู่หัวมีพระราชประสงค์ที่จะถ่ายรูปทองแดง จะรับสั่งว่า "ทองแดง ขึ้นไปยืนนิ่งบนเขื่อนแล้วทำท่าโก้หน่อยจะถ่ายรูป" ทองแดงจะขึ้นไปยืนนิ่งบนเขื่อนให้ทรงถ่ายรูปโดยดี ส่วนที่กรุงเทพฯ เมื่อพระบาทสมเด็จพระเจ้าอยู่หัวเสด็จลงทรงพระดำเนินออกกำลังพระวรกายรอบสระ หน้าพระตำหนักจิตรลดาฯ ทองแดงก็มีหน้าที่นำเสด็จ หลังจากนั้น ก็เสด็จฯ ไปทรงพักผ่อนที่สนาม และมีโอกาสทรงถ่ายรูปทองแดงในอิริยาบถต่างๆ ดังนั้น จึงมีรูปที่ทองแดงวาง "ท่าโก้" หลายรูป ฉะนั้นจะเห็นได้ว่า

Tongtae, Klaikangvol Palace, September 6, 2000. *ทองแท้ ๖ กันยายน ๒๕๔๓ วังไกลกังวล.*

Chitralada Villa, May 6, 2000.   ๖ พฤษภาคม ๒๕๔๓ พระตำหนักจิตรลดาฯ.

Chitralada Villa, May 6, 2000.   ๖ พฤษภาคม ๒๕๔๓ พระตำหนักจิตรลดาฯ.

Klaikangvol Palace, July 26, 1999. ๒๖ กรกฎาคม ๒๕๔๒ วังไกลกังวล.

Chitralada Villa, May 22, 2000. ๒๒ พฤษภาคม ๒๕๔๓ พระตำหนักจิตรลดาฯ.

ทองแดง มีลักษณะเด่นเช่นเดียวกับสุนัขพันธุ์บาเซนจิหลายประการ ดังที่กล่าว
มาแล้วคือ "ไม่เห่า" "ไม่มีกลิ่นตัว" และ "ท่าทางสง่างาม" แต่เมื่อทรงเปรียบเทียบ
ทองแดงกับบาเซนจิแล้ว ทองแดงมีขนาดตัวใหญ่กว่าบาเซนจิ จึงทรงเรียกว่า
"ไทยซูเปอร์บาเซนจิ" ทองแดงเป็นสุนัขที่หน้าตาเปลี่ยนแปลงมากที่สุด คือ เมื่อมา
ใหม่ๆ ทองแดง มีหน้าสั้น หูตก ตาโต เหมือนลิงอเมริกาใต้ (ซาปาจู) แต่เมื่อโตขึ้น
หน้าจะยาวขึ้น หูตั้ง หน้าตากลายเป็นคล้ายสุนัขตำรวจ (แอลเซเชี่ยน) แสดงว่า
ทองแดงมีส่วนผสมสุนัขหลายพันธุ์เช่นเดียวกับ "สุนัขพันทาง" ทั้งหลาย

be an opportunity to take more pictures of Tongdaeng in different
postures; thus, there are many pictures of Tongdaeng in handsome
poses. One may thus see that Tongdaeng has many characteristics
of the Basenji dogs, of which have been mentioned—"barkless",
"odorless", and "dignified bearing." Anyhow, when compared with
the Basenji, Tongdaeng is larger than the Basenji, so the King called
her a "Thai Super-Basenji". Tongdaeng is a dog that has undergone
many changes as she grew up. At first, Tongdaeng had a short face,
drooping ears, big round eyes, not unlike a South American monkey
(sapajou), but as she grew up, she got a longer face and pointed ears,
which made her resemble somewhat a police dog (Alsatian). It
means that Tongdaeng is a mixture of many breeds of dogs, a truly
"thousand ways mixed mid-road dog."

Chitralada Villa, February 10, 2002.   ๑๐ กุมภาพันธ์ ๒๕๔๕ พระตำหนักจิตรลดาฯ.

Tongdaeng's intelligence

Tongdaeng is an intelligent dog and quick to understand. Whatever the King tells Tongdaeng, even very softly, she would understand and do accordingly. Once, Tongdaeng found a chicken bone, left by the crows, in a bush in Chitralada Villa and was chewing on it; the King saw this and said, "Tongdaeng, that's not good". Tongdaeng immediately spat out the bone and ran to join the King.

Interest in fisheries

Another show of Tongdaeng's cleverness and understanding is when she accompanied the King to the "Thale Noi" (The Minor Sea at the Klaikangvol Palace), where there were schools of many fishes, but the greatest number was the Russian catfish. When bread was thrown in, they would jump up to eat, splashing noisily, which Tongdaeng watched with great interest and would stand there watching for a long time, with half-fascination and half-awe, signified by her half-unfurled tail and occasional startle when the fish jumped. Whenever the King went in the direction of the "Minor Sea", he would say, "Tongdaeng, we are going to see the catfish", Tongdaeng would run and lead the way with joy. Once, when Tongdaeng saw the King coming down from the villa, she started to run in the direction of the catfish, but the King said, "Tongdaeng, today, we are not going to see the catfish." Tongdaeng, who had already led the way to the catfish, turned back, gave a sigh, and ran back to the King.

ความฉลาดของ “ทองแดง”

ทองแดง เป็นสุนัขที่ฉลาด และ “รู้ภาษา” ไม่ว่า พระบาทสมเด็จพระเจ้าอยู่หัวจะรับสั่งกับทองแดงอย่างไร ทองแดงก็รู้เรื่องและทำตาม แม้พระบาทสมเด็จพระเจ้าอยู่หัวจะรับสั่งค่อยๆ เช่นเมื่อทองแดงไปคาบกระดูกไก่ที่อีกามาทิ้งอยู่ในพุ่มไม้บริเวณสวนที่พระตำหนักจิตรลดารโหฐานมาเคี้ยว พระบาทสมเด็จพระเจ้าอยู่หัวจะรับสั่งว่า “ไม่ดี ทองแดง” ทองแดงก็จะคายกระดูกทันที และวิ่งตามเสด็จต่อไป

สนใจประมง

อีกเรื่องหนึ่งที่แสดงถึงความฉลาดและแสนรู้ของทองแดงคือ เมื่อตามเสด็จพระบาทสมเด็จพระเจ้าอยู่หัวไป “ทะเลน้อย” ที่วังไกลกังวล หัวหิน ซึ่งมีฝูงปลาหลายชนิด แต่ที่มีมากที่สุดคือปลาดุกรัสเซีย เมื่อมีผู้โยนขนมปังให้ ก็จะกระโดดแย่งกันกิน ดีดน้ำกระจายโผงผางซึ่งทองแดงสนใจมากและมักยืนจ้องดูนานๆ อย่างกึ่งกล้ากึ่งกลัว คือหางตกเล็กน้อย และสะดุ้งเวลาปลากระโดด เมื่อเสด็จพระราชดำเนินไปด้านทะเลน้อยจะรับสั่งว่า “ทองแดงไปดูปลาดุกกัน” ทองแดงก็จะวิ่งนำไปทันทีอย่างดีใจ มีอยู่ครั้งหนึ่ง เมื่อเสด็จลงจากพระตำหนัก ทองแดงก็จะวิ่งนำไปในทิศที่เลี้ยงปลาดุก แต่พระบาทสมเด็จพระเจ้าอยู่หัวรับสั่งว่า “ทองแดงวันนี้ไม่ไปดูปลาดุก” ทองแดง ซึ่งวิ่งนำไปแล้ว หันกลับมา ถอนใจ แล้ววิ่งกลับมาเฝ้าฯ โดยดี

๒๘ มีนาคม ๒๕๔๔ ทะเลน้อย วังไกลกังวล.
"Thale Noi", Klaikangvol Palace, March 28, 2001.

Klaikangvol Palace, September 7, 2001.　　　　๗ กันยายน ๒๕๔๔ วังไกลกังวล.

Klaikangvol Palace, May 31, 2002.　　　　๓๑ พฤษภาคม ๒๕๔๕ วังไกลกังวล.

Checking her weight

When the King wants to check Tongdaeng's weight, he would say, "Tongdaeng, go and weigh yourself, and stand still." Tongdaeng would get on the weighing scale, then, turn around, look at the King, sit down, and remain very still until the King would read out the weight: only then would she step down from the scales. Lately, Tongdaeng would crouch comfortably on the scale, looking very smart.

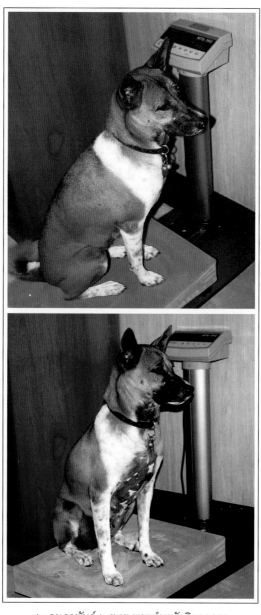

๑๒ กุมภาพันธ์ ๒๕๔๕ พระตำหนักจิตรลดาฯ.
Chitralada Villa, February 12, 2002.

ชั่งน้ำหนัก

เรื่องชั่งน้ำหนักก็เช่นเดียวกัน   พระบาทสมเด็จพระเจ้าอยู่หัวจะรับสั่งว่า
"ทองแดงไปชั่งน้ำหนัก และอยู่นิ่งๆ นะ" ทองแดงจะเดินไปเองขึ้นบนแท่นของ
เครื่องชั่ง แล้วหมุนตัวกลับหลังหันหน้ามองพระพักตร์ และนั่งนิ่ง จนพระบาทสมเด็จ-
พระเจ้าอยู่หัวทรงอ่านน้ำหนักเรียบร้อยแล้ว ทองแดงจึงลงจากเครื่องชั่ง มาตอน
หลังๆ นี้ ทองแดงมาแบบใหม่ คือนั่งทอดอารมณ์ท่าเก๋ไก๋บนแท่นชั่งน้ำหนัก

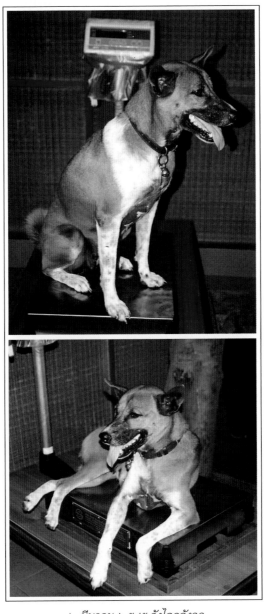

๑๒ มีนาคม ๒๕๔๕ วังไกลกังวล.
Klaikangvol Palace, March 12, 2002.

39

Using telepathy to call her children

Apart from being clever and quick to understand, it seems that Tongdaeng has the gift of telepathy, and can use it effectively. On many occasions, Tongdaeng's children would run off to play far from His Majesty. As for Tongdaeng, she would scout about in front of the King, then come back to him. On one occasion, when the King thought that Tongdaeng's children had strayed too far away, he said "Tongdaeng, go and fetch Tongmuan." (Tongdaeng's number three offspring) Tongdaeng stood up and gazed out in that direction; in an instant, Tongmuan came running back. If that had happened only once or twice, it could have been construed as a coincidence, but it happened many times, not only with Tongdaeng's children, but also with other dogs. Tongdaeng can use the power of telepathy to call them back to His Majesty.

If the distance is not too great, Tongdaeng would walk to the spot to fetch them. For example, when Tongtae is with the King, he would usually sit in a hidden corner, while Tongdaeng would always stay near the King. When it is time to go home, sometimes the King would say, "Tongdaeng, go and fetch Tongtae; it's time to go home." Tongdaeng would go and nudge Tongtae to get up.

Sometimes, Tongdaeng would be sent to remind the King of the time. Usually, after completing his exercise walk, the King would stop to chat with those who come to meet him and sometimes he stays longer than he should; Tongdaeng who stands a distance away from the King would approach him and begin to lick his hand repeatedly. The King sees that and gets the message, so he would tell the people, "Tongdaeng comes to remind me to go."

ใช้โทรจิตเรียกลูก

นอกจากฉลาดและ "รู้ภาษา" ดูเหมือนว่าทองแดงจะมีโทรจิต และใช้ได้ผล เพราะมีหลายครั้งที่ลูกๆ ของทองแดง ออกไปวิ่งเล่นไกลจากพระบาทสมเด็จ พระเจ้าอยู่หัว ส่วนทองแดง จะลาดตระเวนไปข้างหน้า แล้วกลับมาเฝ้าฯ อีก เมื่อ ทรงเห็นว่าลูกของทองแดงวิ่งไกลเกินไป พระบาทสมเด็จพระเจ้าอยู่หัวจะรับสั่งว่า "ทองแดง ไปตามทองม้วนมา" ทองแดงจะลุกไปจ้องดูลูกๆ ที่วิ่งออกไป ไม่นาน ทองม้วนก็จะวิ่งมา ถ้าเกิดขึ้นเพียงหนึ่งครั้งหรือสองครั้ง ก็อาจเป็นการบังเอิญ แต่เป็นเช่นนี้หลายครั้ง ไม่เฉพาะกับลูกๆ ของทองแดงเท่านั้น กับสุนัขตัวอื่นๆ ทองแดง ส่ง "โทรจิต" ให้วิ่งกลับมาเฝ้าฯ พระบาทสมเด็จพระเจ้าอยู่หัวได้

ถ้าอยู่ในระยะใกล้ ทองแดงจะเดินไปตามเอง เช่นเมื่อทองแท้เข้าเฝ้าฯ พระบาทสมเด็จพระเจ้าอยู่หัว ก็มักจะชอบนั่งหลบมุม ส่วนทองแดงจะเฝ้าฯ อยู่ใกล้ พระองค์เสมอ เมื่อถึงเวลาที่จะต้องทูลลากลับบ้าน บางครั้งพระบาทสมเด็จพระเจ้า- อยู่หัวจะรับสั่งว่า "ทองแดงไปเรียกทองแท้ ถึงเวลากลับบ้านแล้ว" ทองแดงก็จะ เดินไปหาทองแท้ และสะกิดให้ลุกขึ้นมา

บางครั้ง ทองแดงถูกใช้ให้เชิญเสด็จพระบาทสมเด็จพระเจ้าอยู่หัวด้วย เช่นเมื่อทรงพระดำเนินออกกำลังพระวรกายแล้ว พระบาทสมเด็จพระเจ้าอยู่หัว มีรับสั่งกับคณะผู้มาเฝ้าฯ นานเกินไปหน่อย เลยเวลาที่จะเสด็จขึ้น ทองแดงที่ยืนเฝ้า ห่างออกมาจะเดินเข้าไปเฝ้าฯ แล้วเลียพระหัตถ์หลายครั้ง พระบาทสมเด็จพระเจ้า- อยู่หัวทอดพระเนตรเห็นเช่นนั้น ก็ทรงทราบ จึงรับสั่งกับผู้ที่เฝ้าฯ อยู่ว่า "ทองแดง มาตามกลับแล้ว"

นอน "แอ้งแม้ง" ให้ทาแป้ง

ทองแดงเป็นสุนัขฉลาดและเรียนรู้เร็ว เมื่อพระบาทสมเด็จพระเจ้าอยู่หัว
มีพระราชประสงค์จะให้ทองแดงลงนอนหงาย จะรับสั่งว่า "ทองแดง แอ้งแม้ง"
ทองแดงก็จะลงนอนหงายท้องตามรับสั่ง วันหนึ่งทองแดงเกิดคันและเกาหลายครั้ง
พระบาทสมเด็จพระเจ้าอยู่หัว ทอดพระเนตรดังนั้น จึงทรงหยิบกระป๋องแป้งเด็ก
มาชูให้ทองแดงดู และรับสั่งว่า "ทองแดง แอ้งแม้ง จะทาแป้งให้" ทองแดง
ก็ลงนอนหงายให้ทรงทาแป้งโดยดี การทาแป้งนี้ทองแดงชอบมาก เมื่อทรงทาแป้ง
ให้ทั่วแล้ว ทองแดงลุกขึ้น เดินสองสามก้าวก็เกาอีก พระบาทสมเด็จพระเจ้าอยู่หัว
จึงรับสั่งว่า "ทองแดง ทาแป้งแล้ว ไม่คันแล้ว" ทองแดงก็เชื่อและหยุดเกาจริงๆ
หลังจากนั้น เมื่อเห็นพระบาทสมเด็จพระเจ้าอยู่หัว ทรงหยิบกระป๋องแป้งขึ้นมา
ทองแดงก็จะลงนอน "แอ้งแม้ง" ทันที เพื่อให้ทรงทาแป้งให้ จนบางครั้ง เมื่อ
ทองแดงกลับจากเข้าเฝ้าฯ ก็จะถูกพยาบาลแซวว่า "แหม! ทองแดง พุงขาวเชียวนะ"

Lying on her back to receive baby powder

Tongdaeng is clever and quick at learning. When His Majesty
wants Tongdaeng to lie on her back, he says, "Tongdaeng, belly-up."
Tongdaeng would lie down on her back, as ordered. One day, His
Majesty noticed that Tongdaeng was scratching, so he took a can of
baby powder and showed it to Tongdaeng, saying, "Tongdaeng,
belly-up, I'll powder you." Tongdaeng lay down on her back as she
was ordered and let the King sprinkle her with a soothing dose of
baby powder, which she really appreciated. After a short while,
she got up, walked a couple of steps and scratched once again; His
Majesty said, "Tongdaeng, I already gave you baby powder; it
should not itch any more." Tongdaeng understood and stopped
scratching. After that, whenever His Majesty picks up the powder
can, Tongdaeng would immediately lie down belly-up, for a soothing
dose of baby powder. So, sometimes, after Tongdaeng came back
from a visit with the King, she would be teased by the royal nurses,
"Oh, Tongdaeng, how white your belly is!"

Klaikangvol Palace, June 14, 2002.   ๑๔ มิถุนายน ๒๕๔๕ วังไกลกังวล.

Lying on the back for an X-ray

On January 31, 2002 (2545) His Majesty had a radiologists take a chest X-ray before entering Siriraj Hospital. A portable X-ray was brought to Chitralada Villa. That day, Tongdaeng accompanied the King. After the X-ray had been taken, the King asked if a dog could be X-rayed, the doctor said it could be done. Therefore, the King said, "Tongdaeng, lie down." Tongdaeng immediately complied. The radiologist brought an X-ray plate and inserted it under Tongdaeng and rolled the machine to take an aim. The King told Tongdaeng to stay still, caressing her head; the radiologist pressed the switch. When the plate was processed, it produced a very clear picture.

๑๔ กันยายน ๒๕๔๒ วังไกลกังวล.
Klaikangvol Palace, September 14, 1999.

นอนแอ้งแม้ง ถ่ายเอกซเรย์

เมื่อวันที่ ๓๑ มกราคม ๒๕๔๕ พระบาทสมเด็จพระเจ้าอยู่หัว โปรดให้
แพทย์มาฉายเอกซเรย์พระอุระ ก่อนเสด็จเข้าโรงพยาบาลศิริราช ฯลฯ โดยได้ใช้
เครื่องเคลื่อนที่ หมอจึงมาเฝ้าฯ ที่พระตำหนักจิตรลดาฯ วันนั้น ทองแดงตามเสด็จ
ลงไปด้วย เมื่อทรงฉายเอกซเรย์เสร็จแล้ว ทรงถามว่า ถ่ายสุนัขได้หรือไม่ หมอ
กราบบังคมทูลฯ ว่าได้ พระบาทสมเด็จพระเจ้าอยู่หัว ก็รับสั่งให้ "ทองแดง
นอนแอ้งแม้ง" ทองแดงก็ลงนอนทันที ช่างเอกซเรย์นำแผ่นฟิล์มมาสอดใต้ตัว
ทองแดง และเลื่อนเครื่องมาเล็ง พระบาทสมเด็จพระเจ้าอยู่หัวรับสั่งให้ทองแดง
อยู่นิ่งๆ พลางทรงลูบหัวทองแดง ช่างก็กดสวิตช์ เมื่อไปล้างฟิล์ม ก็ออกมาชัดเจน

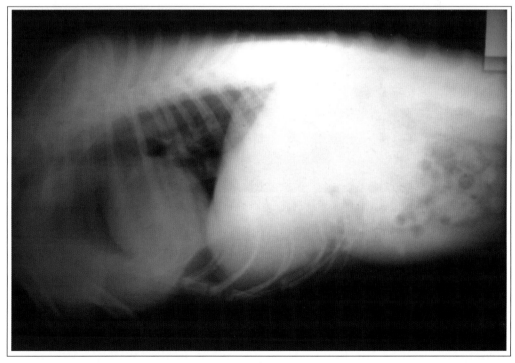

Chitralada Villa, January 31, 2002.　　　　　　　๓๑ มกราคม ๒๕๔๕ พระตำหนักจิตรลดาฯ.

Klaikangvol Palace, February 20, 2000.   ๒๐ กุมภาพันธ์ ๒๕๔๓ วังไกลกังวล.

Loyalty

Tongdaeng has a great loyalty for the King. When she is with the King, she would crouch in her usual position, crossing her front paws. If His Majesty makes a slight movement, or even clears his throat, she would lift her eyes to see what is the matter. Whenever there are visitors, Tongdaeng would remain at the feet of the King, without going anywhere, and would stay between the King and his guest. If the guest stays a long time, she would look at His Majesty and then at the guest, and let out a long sigh, but never leave his side.

๑๔ มกราคม ๒๕๔๔ วังไกลกังวล.
Klaikangvol Palace, January 14, 2001.

๑๐ กุมภาพันธ์ ๒๕๔๕ วังไกลกังวล.
Klaikangvol Palace, February 10, 2002.

๑๐ กุมภาพันธ์ ๒๕๔๕ วังไกลกังวล.
Klaikangvol Palace, February 10, 2002.

ความจงรักภักดี

ทองแดงมีความจงรักภักดีต่อพระบาทสมเด็จพระเจ้าอยู่หัวเป็นอย่างยิ่ง เวลาที่เข้าเฝ้าฯ ทองแดงจะหมอบในท่าประจำ คือไขว้มือ หากพระบาทสมเด็จพระเจ้าอยู่หัวทรงขยับพระองค์ หรือแม้แต่ทรงกระแอม ทองแดงจะเงยหน้าขึ้นมองอย่างระวังระไว เมื่อมีผู้มาเฝ้าฯ พระบาทสมเด็จพระเจ้าอยู่หัว ทองแดงจะหมอบเฝ้าฯ อยู่ที่พระบาท ไม่วิ่งไปไหน และจะหมอบขวางอยู่ตรงกลางระหว่างพระบาทสมเด็จพระเจ้าอยู่หัวและผู้มาเฝ้าฯ ถ้าเฝ้าฯ อยู่นาน ทองแดงจะเงยหน้าขึ้นมองพระพักตร์และผู้มาเฝ้าฯ พร้อมกับถอนใจยาว แต่ไม่ลุกไปไหน

Chitralada Villa, February 3, 2001.　　　　　　　　๓ กุมภาพันธ์ ๒๕๔๔ พระตำหนักจิตรลดาฯ.

Klaikangvol Palace, January 3, 2001.   ๓ มกราคม ๒๕๔๔ วังไกลกังวล.

49

Usually, His Majesty would take an exercise walk, or visit the "children" — as he calls his dogs — with two or three dogs on duty. Some dogs, for example, Tongdaeng would run ahead scouting around. Should she meet any stray dogs in the compound, she would chase them away. Tongdaeng would run in front, then retrace her steps to go around the King. Some dogs would walk alongside the King. When the King stops for a rest, Tongdaeng would also stop and remains nearby, but facing outwards. She does not stay close to the King to play, but strictly performs the duty of a security guard. Some other dogs would jump up to sit alongside the King or even on his lap, but Tongdaeng never sits shoulder to shoulder with the King, except when she accompanies him in the royal car, which is considered as fulfilling another duty. When the King stops to rest, the other dogs would go and run off further away. When the King starts to move on, he would speak softly, "Get in line!" He does not give the order loudly enough for all the dogs to hear, but very swiftly, all the dogs would come to their stations; the attendants who accompanied the King said that it was Tongdaeng who gave the order to "get in line."

Klaikangvol Palace, August 5, 2000. ๕ สิงหาคม ๒๕๔๓ วังไกลกังวล.

โดยปรกติ พระบาทสมเด็จพระเจ้าอยู่หัวจะทรงพระดำเนินออกกำลังพระวรกาย หรือเสด็จฯ ไปเยี่ยม "เด็กๆ" — ตามที่ทรงเรียกสุนัข — โดยมีสุนัขที่เข้าเวรตามเสด็จครั้งละ ๒ - ๓ ตัว มีบางตัว อย่างทองแดง เป็นต้น จะวิ่งลาดตระเวนไปก่อน ถ้าพบสุนัขอื่นพลัดเข้ามา ก็จะไล่ไป ทองแดงวิ่งล่วงหน้าไปแล้ววิ่งย้อนกลับมาเป็นเส้นทางรอบพระบาทสมเด็จพระเจ้าอยู่หัว สุนัขบางตัวจะเดินขนาบพระบาทสมเด็จพระเจ้าอยู่หัว เมื่อประทับพักผ่อนพระอิริยาบถทองแดงจะหยุดเฝ้าฯ อยู่ใกล้ แต่จะหันหน้าไปด้านนอกเสมือนทำหน้าที่องครักษ์มิได้มาคลอเคลียอยู่กับพระบาทสมเด็จพระเจ้าอยู่หัว แต่ทำหน้าที่รักษาความปลอดภัยอย่างเคร่งครัด ส่วนสุนัขบางตัวจะกระโดดขึ้นมานั่งเคียงพระบาทสมเด็จพระเจ้าอยู่หัว หรือแม้บนพระเพลา แต่ทองแดงไม่เคยขึ้นมานั่งตีเสมอเลย ยกเว้นเวลาตามเสด็จในรถพระที่นั่ง ซึ่งคงถือว่าเป็นการทำหน้าที่อย่างหนึ่ง ขณะที่พระบาทสมเด็จพระเจ้าอยู่หัวประทับพักอยู่ สุนัขบางตัวมักจะวิ่งห่างออกไป เมื่อจะเสด็จฯ ต่อไป พระบาทสมเด็จพระเจ้าอยู่หัวจะรับสั่งเบาๆ ว่า "แถว" มิได้รับสั่งแบบออกคำสั่งกับสุนัขโดยทั่วไป ไม่นานสุนัขทั้งหลายก็จะวิ่งมาประจำที่อย่างรวดเร็วผู้ตามเสด็จบางคนบอกว่า ทองแดงเป็นผู้ประสานงาน "เรียกแถว" ถวาย

Klaikangvol Palace, August 5, 2000. *๕ สิงหาคม ๒๕๔๓ วังไกลกังวล.*

Klaikangvol Palace, March 31, 2002. ๓๑ มีนาคม ๒๕๔๕ วังไกลกังวล.

On some occasions, His Majesty would drive his car himself, and Tongdaeng would accompany him. When he opens the car's door, and says, "Tongdaeng, up you go", Tongdaeng would jump in onto the seat beside the driver. The King would say, "Tongdaeng, sit down." And Tongdaeng would sit down, striking a smart pose, looking straight ahead. Sometimes Tongdaeng would wait patiently by the car while the King was still engaging in a conversation with others. When the door was opened, Tongdaeng would immediately jump in. On one instance, His Majesty was going on an official function; as soon as the door opened, Tongdaeng jumped in and sat down. The King had to say, "Tongdaeng, get down; this time I'm going on an official function; I'll come back soon." Tongdaeng hesitated for a moment and came down from the car.

บางครั้ง พระบาทสมเด็จพระเจ้าอยู่หัวจะทรงขับรถพระที่นั่งเอง ทองแดง
จะตามเสด็จ เมื่อทรงเปิดประตูรถ และรับสั่งว่า "ทองแดง ขึ้นรถ" ทองแดง
ก็จะกระโดดขึ้นมายืนบนเบาะข้างคนขับ รับสั่งว่า "ทองแดง นั่งลง" ทองแดงก็
จะนั่งลงบนเบาะ วางท่าโก้ มองตรงไปข้างหน้า บางครั้งทองแดงจะไปยืนคอย
ตามเสด็จถ้ายังมีรับสั่งกับผู้ตามเสด็จอยู่ เมื่อประตูเปิด ทองแดงก็กระโดดขึ้นนั่ง
ทันที มีครั้งหนึ่งที่พระบาทสมเด็จพระเจ้าอยู่หัวเสด็จฯ เป็นทางการ พอประตูรถเปิด
ทองแดงก็กระโดดขึ้นนั่ง ต้องรับสั่งว่า "ทองแดงลงมาก่อน ตอนนี้ไปทำงาน
เดี๋ยวกลับมา" ทองแดงรีรออยู่นิดหนึ่ง จึงลงจากรถ

มีอยู่ครั้งหนึ่งที่พระบาทสมเด็จพระเจ้าอยู่หัวเสด็จฯ ไปทรงทำพระทนต์
ที่รถทันตกรรมเคลื่อนที่ ทองแดงนั่งคอยอยู่นอกรถ จ้องเขม็งไม่ยอมไปไหน ทำ
หน้าที่ดูแลความปลอดภัย ต่อมาเมื่อเสด็จฯ ทรงทำพระทนต์อีกคราวหนึ่ง ทองแดง
ได้รับอนุญาตให้ขึ้นไปตรวจดูรถ (แค่ประตูห้องทำฟัน) เมื่อพระบาทสมเด็จพระเจ้า-
อยู่หัวรับสั่งว่า "ทองแดง ลงไปได้แล้ว" ทองแดงก็เดินลงจากรถโดยดี ทำให้
ทันตแพทย์รู้สึกทึ่งในความฉลาดและความจงรักภักดีของทองแดง

Klaikangvol Palace, November 13, 2001.   ๑๓ พฤศจิกายน ๒๕๔๔ วังไกลกังวล.

One day, His Majesty the King had an appointment with the dentist at the mobile dental unit. Tongdaeng waited patiently outside the dental unit, watching intently, not going anywhere, keeping guard. On another occasion, when the King went to the dentist once again, Tongdaeng was allowed to go up to inspect the mobile unit (up to the door of the dentist's room). When the King said "Tongdaeng, now, get down." Tongdaeng obediently got down from the unit and waited outside. This amazed the dentists about the intelligence and the loyalty of Tongdaeng.

Tongdaeng is very loyal and attached to His Majesty. Normally, when the King returns from Huahin to stay at Chitralada Villa, or from Chitralada to Huahin, for various functions, there would be rotating shift of dogs on duty. On one occasion, His Majesty came to Chitralada for functions that kept him away longer than usual, and Tongdaeng was not included in the trip. During that period, Tongdaeng got sick; she lost so much weight that she had to be hospitalized. After a thorough examination, the veterinarian did not find anything wrong, and concluded that Tongdaeng was suffering from stress because she missed the King. The doctor said that Tongdaeng was a quiet, introvert dog, and therefore, stress would have an effect on the physical health. From that time on, Tongdaeng always accompanied the King on every trip.

Klaikangvol Palace, March 31, 2002.　　　　　　๓๑ มีนาคม ๒๕๔๕ วังไกลกังวล.

　　　　ทองแดงมีความจงรักภักดีและผูกพันต่อพระบาทสมเด็จพระเจ้าอยู่หัวอย่างยิ่ง ปรกติเมื่อเสด็จพระราชดำเนินจากหัวหินมาประทับ ณ สวนจิตรลดาฯ หรือจาก สวนจิตรลดาฯ ไปหัวหิน เพื่อทรงประกอบพระราชกรณียกิจต่างๆ จะมีการผลัดเวร สุนัขที่จะตามเสด็จ มีครั้งหนึ่ง พระบาทสมเด็จพระเจ้าอยู่หัวเสด็จฯ ไปทรงงาน ที่สวนจิตรฯ นานไปหน่อย และทองแดงไม่ได้ตามเสด็จ ระหว่างนั้นทองแดง ก็ป่วย น้ำหนักลดมาก จนต้องส่งเข้าโรงพยาบาล นายสัตวแพทย์ผู้ดูแล ตรวจ ร่างกายทองแดงอย่างละเอียด ไม่พบว่ามีโรคอะไร คุณหมอจึงสรุปว่า ทองแดง เป็นโรค "เครียด" เหตุที่ "คิดถึง" พระบาทสมเด็จพระเจ้าอยู่หัว คุณหมอบอกว่า ทองแดงเป็นสุนัขเงียบ ไม่ค่อยแสดงออก ดังนั้นความเครียดจึงมีผลมากต่อร่างกาย จากนั้นมา ทองแดงจึงได้ตามเสด็จเสมอ

Gratefulness

Tongdaeng is a grateful dog. She was only five weeks old when she first came, so she had to benefit from the milk of "Mae Mali," who was a stray dog. Tongdaeng never forgot this kindness. At first, Tongdaeng never stayed away from "Mae Mali", always followed her wet-nurse, even after she stopped needing mother's milk. Eventhough other puppies went out running and playing, Tongdaeng would stay close to "Mae Mali", licking her all over lovingly. Sometimes, "Mae Mali" would teach Tongdaeng to retrieve a stick (at the age of about three months). Later on, they were separated, but whenever they met, Tongdaeng would still show respect to "Mae Mali", a thing that is different from many others who, after having become an important personality, might treat with contempt someone of lower status who, in fact, should be the object of gratitude.

Chitralada Villa, January 15, 1999.   ๑๕ มกราคม ๒๕๔๒ พระตำหนักจิตรลดาฯ.

ความกตัญญูรู้คุณ

ทองแดงเป็นสุนัขกตัญญูรู้คุณ ดังที่กล่าวแล้ว เมื่อมาใหม่ๆ ทองแดงอายุ
เพียง ๕ อาทิตย์ จึงต้องอาศัยนม "แม่มะลิ" ซึ่งเป็น "หมาเทศ" ทองแดงไม่เคย
ลืมคุณ "แม่มะลิ" ตอนแรกๆ ทองแดง ไม่เคยอยู่ห่าง "แม่มะลิ" คอยติดตามแม่นม
ตลอดเวลาแม้เลิกกินนมแม่แล้ว แม้ลูกสุนัขตัวอื่นจะออกไปวิ่งเล่นกัน ทองแดงมัก
จะอยู่คลอเคลียอยู่กับแม่มะลิ เลียหน้าเลียตาประจบประแจง บางทีแม่มะลิสอน
ให้ทองแดงไปคาบกิ่งไม้ (เมื่ออายุสามเดือน) ต่อมาเมื่อแยกกันอยู่ เมื่อมาพบกัน
ทองแดงก็ยังแสดงความเคารพ "แม่มะลิ" ผิดกับคนอื่นที่เมื่อกลายมาเป็นคนสำคัญ
แล้ว มักจะลืมตัว และดูหมิ่นผู้มีพระคุณที่เป็นคนต่ำต้อย

Chitralada Villa, January 15, 1999.   ๑๕ มกราคม ๒๕๔๒ พระตำหนักจิตรลดาฯ.

Chitralada Villa, January 9, 1999.

Klaikangvol Palace, August 23, 2000.

๒๓ สิงหาคม ๒๕๔๓ วังไกลกังวล.

๙ มกราคม ๒๕๔๒ พระตำหนักจิตรลดาฯ.

Klaikangvol Palace, February 24, 2001.

๒๔ กุมภาพันธ์ ๒๕๔๔ วังไกลกังวล.

Tongdaeng's respect toward the elders and her good manners must have also been inherited from her mother "Mae Daeng". When Daeng had the chance to be taken into the house, she was humble and showed respect to all the dogs, especially the old dog, who was formally a stray dog, and eventually became the most senior member of the house dogs, The old dog often bullied other dogs, especially Daeng, but Daeng never fought back and let the old dog have her way. Later on, the younger dogs took over the leadership, and the old dog became the target of attacks instead. Daeng never took part in the attacks. On the contrary, whenever she saw the old dog, she still ran to greet her with respect.

Klaikangvol Palace, October 14, 2002.   ๑๔ ตุลาคม ๒๕๔๕ วังไกลกังวล.

Klaikangvol Palace, November 3, 2002.   ๓ พฤศจิกายน ๒๕๔๕ วังไกลกังวล.

Klaikangvol Palace, June 11, 2002. *๑๑ มิถุนายน ๒๕๔๕ วังไกลกังวล.*

ความกตัญญูรู้คุณและความสุภาพของทองแดง ส่วนหนึ่งน่าจะมาจาก "แม่แดง" ผู้เป็นแม่บังเกิดเกล้า เมื่อ "แม่แดง" เข้ามาอยู่ในบ้านซึ่งมีสุนัขหลายตัว ก็นอบน้อมกับทุกตัว โดยเฉพาะสุนัขชราที่อายุมากที่สุดในบ้าน ซึ่งเดิมเป็น "หมาเทศ" หลายปีมาแล้ว จนกลายเป็นผู้อาวุโสของบ้าน สุนัขตัวนี้ชอบรังแกตัวอื่น และแดงก็ถูกรังแกเป็นประจำ แต่แดงก็ไม่โต้ตอบ ยอมให้ข่มขู่โดยดี ต่อมาเมื่อสุนัขชราหมดเขี้ยวเล็บโดนรังแกบ้าง แดงไม่เคยร่วมทำร้ายเลย ทุกครั้งที่พบก็วิ่งเข้าไปหา ทำท่านอบน้อมเช่นเดิม

Teaching her puppies

Apart from being grateful to her benefactors, Tongdaeng teaches discipline to her children. For example, when Tong-at, (her daughter) meets the King, she would be over-enthusiastic and playfully bites the King's arm. The King would say, "Tongdaeng, come and settle things." Tongdaeng would come and grab her puppy's leg pulling her away, growling, and biting her muzzle to teach her, until she would give up by crying out. Tongdaeng would do the same thing to any of her children who get out of line.

On one occasion, when His Majesty went to watch a dog training session in which the nine children of Tongdaeng took part : Tongchompunut, Tong-ek, Tongmuan, Tongtat, Tongplu, Tong-yip, Tong-yod, Tong-at, Tongnopkun. Tongdaeng did not take part in that session because she was on duty. At one point, the trainers let go the leashes and had the dogs wait in the middle of the circle, then ordered them to run back to them. But, instead of running to the trainers, the dogs all ran to the King. Tongdaeng had to do her duty in restoring order. She growled and bit them to make them go back to their stations so that the trainers could resume the training.

๒๙ กันยายน ๒๕๔๓ โรงพยาบาลสัตว์ มหาวิทยาลัยเกษตรศาสตร์ บางเขน.
Kasetsart University Veterinary Teaching Hospital, September 29, 2000.

สอนลูก

ทองแดง นอกจากกตัญญูต่อผู้มีพระคุณแล้ว ยังสั่งสอนลูกให้มีระเบียบ
อีกด้วย เช่น ทองอัฐ เวลาเข้าเฝ้าฯ พระบาทสมเด็จพระเจ้าอยู่หัว จะตื่นเต้น ดีใจ
และงับพระกรแบบอยากเล่นด้วย พระบาทสมเด็จพระเจ้าอยู่หัวจะรับสั่งว่า "ทองแดง
มาจัดการหน่อย" ทองแดงจะตรงเข้างับขาลูก ลากตัวออกไป แล้วส่งเสียงขู่ และ
งับปากเป็นเชิงปรามจนลูกร้องเอ๋งยอมแพ้ จะทำเช่นนี้กับลูกทุกตัวที่แตกแถว

มีอยู่ครั้งหนึ่งที่ พระบาทสมเด็จพระเจ้าอยู่หัว เสด็จฯ ทอดพระเนตรการ
ฝึกสุนัข มีชุดของทองแดงทั้ง ๙ ตัว คือ ทองชมพูนุท ทองเอก ทองม้วน ทองทัต
ทองพลุ ทองหยิบ ทองหยอด ทองอัฐ และทองนพคุณ ทองแดงไม่ได้ร่วมฝึกด้วย
เพราะทำหน้าที่ตามเสด็จพระบาทสมเด็จพระเจ้าอยู่หัว มีอยู่ตอนหนึ่งที่ครูฝึก
ปล่อยสายจูงให้สุนัขคอยอยู่ตรงกลางเป็นวงกลม แล้วสั่งให้วิ่งเข้าหาครูฝึก แต่
ปรากฏว่าทุกตัวกลับแตกแถววิ่งเข้ามาเฝ้าฯ พระบาทสมเด็จพระเจ้าอยู่หัวกันหมด
ทองแดงจึงต้องออกโรงทำหน้าที่จัดระเบียบ โดยเข้าขู่และงับลูกให้กลับเข้าที่ จน
กระทั่งครูฝึกมาถึงเอาตัวไป จึงเรียบร้อยได้

Klaikangvol Palace, October 3, 2000.   ๓ ตุลาคม ๒๕๔๓ วังไกลกังวล.

63

๒๖ ตุลาคม ๒๕๔๓ วังไกลกังวล.

Klaikangvol Palace, October 26, 2000.

๒๖ ตุลาคม ๒๕๔๓ วังไกลกังวล.
Klaikangvol Palace, October 26, 2000.

When it is bedtime for Tongdaeng's children, the King would say, "Tongdaeng, take your children to sleep." Tongdaeng would lead her children to their quarters. Even for the young cousins like Ptolemy, Cleopatra and Julius Caesar, if the King tells her, "Tongdaeng, lead your young cousins to bed." Tongdaeng would run in front leading them to their house, and even get inside to inspect their quarters.

Tongdaeng teaches her children when they misbehave by making a snarl. Those who don't understand, thinking that Tongdaeng is really going to bite her children, would interfere and chide Tongdaeng, but His Majesty knows that is the way that Tongdaeng uses to teach her children, and he forbids those who would interfere by saying, "Tongdaeng is teaching her children." His Majesty understands that Tongdaeng might feel hurt if she is reprimanded when she is doing her duty.

Klaikangvol Palace, October 3, 2000.   ๓ ตุลาคม ๒๕๔๓ วังไกลกังวล.

เมื่อถึงเวลานอนของเด็กๆ ลูกทองแดง พระบาทสมเด็จพระเจ้าอยู่หัว จะรับสั่งว่า "ทองแดง พาลูกไปนอน" ทองแดงก็จะวิ่งนำลูกไปยังบ้านที่ลูกๆ นอน แม้สุนัขรุ่นน้องอย่างปะโตเลมีย์ คลีโอพัตรา และจูเลียสซีซ่าร์ ถ้าพระบาทสมเด็จ- พระเจ้าอยู่หัวรับสั่งว่า "ทองแดง พาน้องไปนอน" ทองแดงก็จะวิ่งนำไปบ้าน แถมยัง ไปสำรวจบ้านเสียด้วย

การสอนลูกเวลาทำผิดคือ : ทองแดงจะแยกเขี้ยวน่ากลัวขู่ลูก คนที่ไม่เข้าใจ คิดว่าทองแดงจะกัดลูกจริงๆ จะตรงเข้าห้ามและดุทองแดง แต่พระบาทสมเด็จ พระเจ้าอยู่หัวทรงทราบว่าเป็นวิธีการปรามลูกของทองแดง และจะรับสั่งห้ามคนที่ไป ดุว่าทองแดง รับสั่งว่า "ทองแดงเขาสั่งสอนลูก" ทรงเห็นใจทองแดงว่าจะน้อยใจ ที่ถูกดุทั้งๆ ที่ทำหน้าที่สั่งสอนลูก

Klaikangvol Palace, March 21, 2001.   *๒๑ มีนาคม ๒๕๔๔ วังไกลกังวล.*

Good manners

Tongdaeng is a dog with good manners; she is respectful, and not presumptuous at all. Other dogs, even Tongdaeng's own children, would show their delight when they meet the King, by jumping onto his lap and lick his face. Tongdaeng would never do that. When she is with the King, she would always stay lower than him. Even if he pulls her up to embrace her, Tongdaeng would quickly crouch on the floor, her ears down in a respectful manner, as if saying, "I dare not; it's not proper." To show respect and loyalty, Tongdaeng would lick the King's hands heartily and continuously, the way His Majesty calls, "licking in a business-like manner," meaning very earnestly.

The crouching posture of Tongdaeng, crossing her front paws, is well-known to frequent visitors. One royal attendant mentioned that, if one wanted to know how to sit properly when one had an audience with the King, one should look at Tongdaeng.

November 23, 1999.   ๒๓ พฤศจิกายน ๒๕๔๒.

มารยาทดี

      ทองแดงเป็นสุนัขที่มีกิริยามารยาทเรียบร้อย มีสัมมาคารวะ ไม่เคยลามปาม
สุนัขตัวอื่นเช่นลูกๆ ของทองแดง เมื่อเข้าเฝ้าฯ ก็จะแสดงความดีใจ โดยกระโดด
ขึ้นนั่งบนพระเพลาแล้วเลียพระพักตร์ ทองแดงไม่เคยทำเช่นนั้นเลย เวลาเฝ้าฯ
จะนั่งอยู่ต่ำกว่าเสมอ แม้จะทรงดึงตัวขึ้นมากอด ทองแดงก็จะหมอบลงกับพื้น และ
ทำหูลู่อย่างนอบน้อม เจียมเนื้อเจียมตัว คล้ายๆ กับแสดงว่า "ไม่อาจเอื้อม" เมื่อ
จะแสดงความจงรักภักดี ทองแดงจะเลียพระหัตถ์อย่างหนักหน่วงและเนิ่นนาน แบบ
ที่พระบาทสมเด็จพระเจ้าอยู่หัว ทรงเรียกว่า "เลียอย่างเป็นกิจการ" คือเอาจริงเอาจัง

      ท่าหมอบเฝ้าฯ ประจำของทองแดงแบบประสานมือไว้ข้างหน้า เป็นที่คุ้นเคยดี
สำหรับผู้ที่เคยพบเห็น มีข้าราชบริพารผู้หนึ่งกล่าวว่า ถ้าจะดูการหมอบเข้าเฝ้าฯ
อย่างถูกต้อง ให้ดูทองแดง

Chitralada Villa, June 3, 2000.   ๓ มิถุนายน ๒๕๔๓ พระตำหนักจิตรลดาฯ.

The fact that Tongdaeng is the King's favorite dog has not made her haughty or puffed up. On the contrary, she is respectful of everybody and is not aggressive. Anyone who have seen Tongdaeng with the King, at first, would be afraid because she has a severe look, but in reality, Tongdaeng is not aggressive at all. She is good-natured, and shows her friendliness by licking the hands. Tongdaeng is well-beloved by the people in the palace as well as those who meet her.

Chitralada Villa, June 3, 2000.   ๓ มิถุนายน ๒๕๔๓ พระตำหนักจิตรลดาฯ.

การที่ทองแดงเป็นที่โปรดปรานของพระบาทสมเด็จพระเจ้าอยู่หัว ไม่ได้ทำให้
ทองแดงผยองหรือเบ่ง ตรงกันข้าม ทองแดงกลับมีสัมมาคารวะ ไม่คุกคามผู้ใด
คนที่เคยเห็นทองแดงเมื่อเข้าเฝ้าฯ พระบาทสมเด็จพระเจ้าอยู่หัว ครั้งแรกจะกลัว
ทองแดง เพราะหน้าตาดุ แต่แท้จริงแล้ว ทองแดงไม่ดุ นิสัยดี เป็นมิตรกับใคร
จะแสดงออกโดยการเลียมือ ดังนั้นเป็นที่เอ็นดูของผู้คนในวัง และผู้อื่นที่เคยได้พบ

Klaikangvol Palace, September 18, 2000.   ๑๘ *กันยายน ๒๕๔๓ วังไกลกังวล.*

Chitralada Villa, February 13, 2002.   ๑๓ กุมภาพันธ์ ๒๕๔๕ พระตำหนักจิตรลดาฯ.

Chitralada Villa, February 13, 2002. ๑๓ กุมภาพันธ์ ๒๕๔๕ พระตำหนักจิตรลดาฯ.

Tongdaeng's special talents

Lining the seashore road in front of residence at Klaikangvol Palace in Huahin, there are two rows of coconut trees. One row has tall trees, the other has shorter trees. When the trees bear fruit, the gardeners would take them down from the taller trees, lest they fall on passers-by. However, the fruits that are hanging quite low from the shorter trees, are not taken down. These are at a height that Tongdaeng would be able to reach. Tongdaeng likes to pick the coconuts. She would stand on her hind legs and use her front paws to twist the fruit, the same way a monkey picking coconuts does. When the coconut falls from the tree, she would use one front paw to secure the coconut and use her teeth to peel its skin, beginning at the stem, layer by layer until she reaches the shell. Then she would make a hole at the eyes of the coconut, so she can lick the juice inside. To peel a coconut requires a lot of patience and perseverance, because it takes a long time to achieve the goal; sometimes there is blood on the coconut from the cuts on her gums. Tongdaeng does not reserve exclusivity the art of peeling coconuts; she even teaches her children or her younger companions to do it. One could see a number of dogs at different stages of coconut peeling, with more or less success, but none with Tongdaeng's patience or determination; they stop before attaining success.

๖ มีนาคม ๒๕๔๔ วังไกลกังวล.
Klaikangvol Palace, March 6, 2001.

ลูกๆ ของทองแดง ๘ มีนาคม ๒๕๔๔ วังไกลกังวล.
Tongdaeng's children, Klaikangvol Palace,
March 8, 2001.

ความสามารถพิเศษของทองแดง

ข้างถนนริมทะเลหน้าพระตำหนักที่ประทับที่วังไกลกังวล หัวหิน มีต้นมะพร้าวสองแถว แถวหนึ่งต้นสูง อีกแถวต้นเตี้ย เมื่อต้นมะพร้าวมีผล เจ้าหน้าที่จะสอยลูกมะพร้าวของต้นสูงลง เกรงว่าจะหล่นลงโดนคนที่เดินข้างใต้ ส่วนลูกมะพร้าวของต้นเตี้ยที่ห้อยย้อยค่อนข้างต่ำ ก็ไม่ต้องสอยลงมา มีความสูงขนาดที่ทองแดงสามารถปีนถึง ทองแดงชอบเก็บมะพร้าว เวลาเก็บมะพร้าว ทองแดงจะยืนสองขาใช้ขาหน้าทั้งสองจับลูกมะพร้าว แล้วหมุนๆ แบบเดียวกับลิงเก็บมะพร้าว เมื่อลูกมะพร้าวหล่นจากขั้วแล้ว ทองแดงจะใช้ขาหน้าข้างหนึ่งเหยียบลูกมะพร้าวไว้ แล้วใช้ฟันฉีกเปลือกมะพร้าวทีละชิ้นๆ ทองแดงจะกัดตรงขั้วแล้วฉีกถึงกะลา แล้วเจาะที่ตามะพร้าวจนถึงน้ำ และเลียน้ำมะพร้าว การปอกมะพร้าวต้องใช้ความเพียร และความอดทนอย่างยิ่ง เพราะกว่าจะสำเร็จจะใช้เวลานาน บางครั้งจะมีเลือดออกมาติดอยู่กับลูกมะพร้าว ทองแดงไม่สงวนลิขสิทธิ์การปอกมะพร้าว แล้วยังสอนลูกๆ หรือน้องๆ ที่อยู่ด้วย จะเห็นภาพสุนัขหลายตัวแทะมะพร้าวได้มากบ้างน้อยบ้าง แต่ไม่มีใครอดทนและมุ่งมั่นอย่างทองแดง จึงเลิกสนใจเสียกลางคัน

Klaikangvol Palace, July 3, 2001. *๓ กรกฎาคม ๒๕๔๔ วังไกลกังวล.*

Klaikangvol Palace, September 1, 2001. *๑ กันยายน ๒๕๔๔ วังไกลกังวล.*

เรื่องเกี่ยวกับต้นมะพร้าวอีกเรื่องหนึ่งคือ พระบาทสมเด็จพระเจ้าอยู่หัวจะรับสั่ง "ทองแดง ไปวิ่ง แล้วอย่าลืมอ้อมต้นมะพร้าวด้วย" ทองแดงก็จะออกวิ่งไปทันที และนำตัวอื่นๆ ให้อ้อมต้นมะพร้าวต้นนี้ด้วย การอ้อมต้นมะพร้าวนั้นต้องอ้อมจากซ้ายไปขวาทวนเข็มนาฬิกา ซึ่งทองแดงไม่เคยผิดพลาด บางตัววิ่งเลยไปบ้าง อ้อมผิดทางบ้าง ทองแดงต้องเตือน ปัจจุบันนี้ ทองแดงก็จัดระเบียบการวิ่งอ้อมต้นมะพร้าวได้ประสบความสำเร็จ

Another anecdote about the coconut tree is when the King would say, "Tongdaeng, go and run, and don't forget to go around the coconut tree." Tongdaeng would run and lead the other dogs around the coconut tree. They have to go around the tree counterclockwise, something Tongdaeng never fails to do. Some dogs would go further past the tree or go around the wrong way. Tongdaeng would have to remind them. Now, Tongdaeng has succeeded in making them go the right way.

Klaikangvol Palace, November 4, 2002. ๔ พฤศจิกายน ๒๕๔๕ วังไกลกังวล.

Chitralada Villa, March 14, 1999.   ๑๔ มีนาคม ๒๕๔๒ พระตำหนักจิตรลดาฯ.

Tongdaeng and Tonglarng

Before relating this part of Tongdaeng's story, "Tonglarng", the King's number 18 dog, must be mentioned first. Tonglarng was born in a hole under the Medical Development Center Clinic on Sunday, January 17, 1999 (2542), just before midnight. She was presented to His Majesty on Saturday, February 13, 1999 (2542). She was the offspring of "Darng", one of the regular members of the stray dogs who were fed by the community. Darng had 6 puppies

ทองแดงกับทองหลาง

ก่อนจะเล่าเรื่องของทองแดงเรื่องนี้ ก็ต้องขอกล่าวถึง "ทองหลาง" สุนัข
ตัวที่ ๑๘ เกิดใต้ถุนคลินิกศูนย์แพทย์พัฒนา เมื่อวันอาทิตย์ที่ ๑๗ มกราคม ๒๕๔๒
เวลาก่อนเที่ยงคืนเล็กน้อย และได้ถวายตัว เมื่อวันเสาร์ที่ ๑๓ กุมภาพันธ์ ๒๕๔๒
แม่ของทองหลางคือ "ด่าง" ซึ่งเป็นสมาชิกประจำที่ชาวบ้านเลี้ยงดูให้อาหาร
"ด่าง" คลอดลูกออกมา ๖ ตัว เป็นตัวผู้ ๓ ตัว และตัวเมีย ๓ ตัว ๕ ตัวเป็น
สีน้ำตาล แต่ทองหลางเป็นสีขาว หน้าด่างน้ำตาลและดำ ทองหลางมีหน้าตาน่ารัก
มาก ตาโตกลม ขนสีขาวมีน้ำตาลแซมเล็กน้อย และค่อนข้างยาว ทุกคนที่เห็น
จะสะดุดตาในความน่ารัก ในขณะที่ทองแดงนั้น หน้าตาธรรมดาและไม่สะดุดตา แต่
มีรูปร่างสูงเพรียวสง่างาม ซึ่งพระบาทสมเด็จพระเจ้าอยู่หัว ทรงเรียกว่า ทองแดง
เป็น "สาวหล่อ" ส่วนทองหลางนั้นอ้วนกลมตุ้ยนุ้ย น่าเอ็นดู

Klaikangvol Palace, February 22, 2001. ๒๒ *กุมภาพันธ์ ๒๕๔๔ วังไกลกังวล.*

— 3 males and 3 females; of these five were brown, but Tonglarng was white, with brown and black spots on the head. Tonglarng has a cute face and big round eyes. Her coat is white with specks of brown, and is relatively long. Everyone is struck by her cute looks, while Tongdaeng has plain looks, but she has a slim figure and dignified bearings. The King calls Tongdaeng, "a handsome girl," while Tonglarng is a pretty chubby girl.

Tongdaeng and Tonglarng are a sort of a rival pair due to the fact that they were both stray dogs and were presented to the King nearly at the same time. Tongdaeng had been presented about two months before Tonglarng. Both are equally loved by the King. If they are in the presence of the King together, even with other dogs, Tonglarng would bark and make a big fuss if the King takes notice of Tongdaeng. As for Tongdaeng, she has never made any vocal protest because she seems to be akin to the Basenji, which is known as the "barkless dog." The way to show her displeasure at an offensive sight is to look away, and remain aloof. On one occasion, Tongdaeng was upset. Usually, Tongdaeng relishes persimmons; any time she sees, or only smells its fragrance, she would sit up, begging for the fruit. Whenever Tongdaeng is with the King and there is persimmon, Tongdaeng would beg for it. One day, Tongdaeng and Tonglarng were together, and the King gave a slice of persimmon to Tonglarng, who did not especially appreciate it. Tongdaeng saw this, and was disgruntled. She turned her head away and remained silent and aloof. Even though the King called her name many times, Tongdaeng kept looking away. Those present all saw that scene. His Majesty said, "I guess I have to humor Tongdaeng." When the King approached Tongdaeng, and called her name many times, Tongdaeng ceased to be offended. She stood on her hind legs, embraced the King and licked his hands repeatedly. The spectators were amused as well as charmed by Tongdaeng's reaction to the situation.

ทองแดงและทองหลาง ค่อนข้างจะเป็นคู่แข่งกันโดยที่เป็น "หมาเทศ" ด้วยกัน และได้ถวายตัวในเวลาไม่ห่างกันนัก คือ ทองแดงได้เข้าเฝ้าฯ ก่อนทองหลาง สองเดือนเศษ และเป็นที่โปรดปรานพอๆ กัน หากได้เฝ้าฯ พระบาทสมเด็จพระเจ้า-อยู่หัวในเวลาเดียวกัน แม้จะมีสุนัขอื่นร่วมอยู่ด้วย ทองหลางจะโวยวายส่งเสียงเห่าทุกครั้งที่พระบาทสมเด็จพระเจ้าอยู่หัวทรงทักทายทองแดง ส่วนทองแดงไม่เคยส่งเสียงประท้วงเลย เพราะ (เหมือน) มีเชื้อสายบาเซนจิ ซึ่งเป็นที่รู้จักกันว่าเป็น "สุนัขไม่เห่า" (barkless dog) วิธีแสดงออกของทองแดงเมื่อเห็นภาพที่ "บาดตา" ก็คือ เมินหน้าไปทางอื่น มีครั้งหนึ่งที่ทองแดง "งอน" คือปรกติทองแดงชอบลูกพลับมาก เมื่อเห็นหรือแม้ได้กลิ่นก็จะ "นั่งสวย" ขอลูกพลับ ซึ่งทุกครั้งที่ทองแดงเข้าเฝ้าฯ และพระบาทสมเด็จพระเจ้าอยู่หัวทรงมีลูกพลับ ทองแดงจะได้รับพระราชทานทุกครั้ง วันหนึ่ง ทั้งทองแดงและทองหลางได้เฝ้าฯ พร้อมกัน และพระบาทสมเด็จพระเจ้า-อยู่หัว พระราชทานลูกพลับให้ทองหลาง ซึ่งก็ไม่ค่อยชอบนัก ทองแดงเห็นก็ "งอน" คือ ทำคอแข็ง เมินหน้าไปทางอื่น ไม่มอง แม้พระบาทสมเด็จพระเจ้าอยู่หัวจะทรงเรียกชื่อหลายครั้ง ทองแดงก็ยังเมินหน้าหนีอยู่อย่างนั้น ผู้ที่เข้าเฝ้าฯ อยู่ขณะนั้นได้เห็นภาพนี้ทุกคน พระบาทสมเด็จพระเจ้าอยู่หัวจึงรับสั่งว่า "ต้องง้อทองแดงหน่อย" เมื่อเสด็จฯ เข้าใกล้ทองแดงและทรงเรียกชื่อหลายครั้ง ทองแดงจึงหายงอนและหันมายืนขึ้นกอดพระองค์ และเลียพระหัตถ์ แบบเลียแล้วเลียอีก คนที่เห็นต่างพากันขำและเอ็นดูทองแดงอย่างยิ่ง

๑๙ กุมภาพันธ์ ๒๕๔๒ พระตำหนักจิตรลดาฯ.
Chitralada Villa, February 19, 1999.

๑๗ กรกฎาคม ๒๕๔๒ วังไกลกังวล.
Klaikangvol Palace, July 17, 1999.

81

Notes

Due to Tongdaeng's faithful service and loyalty, the King has rewarded her by naming her mother, "Daeng" as "Khun Nai Daeng." It shows that Tongdaeng is an outstanding daughter.

"Darng", Tonglarng's mother, has also been awarded the name of "Khun Nai Darng," because Tonglarng has also served the King with loyalty. When there are people who approach the location where the King is resting, Tonglarng will bark at them until they are gone.

Chitralada Villa, July 23, 2002.   ๒๓ กรกฎาคม ๒๕๔๕ พระตำหนักจิตรลดาฯ.

หมายเหตุ

ด้วยความดีและความจงรักภักดีต่อพระบาทสมเด็จพระเจ้าอยู่หัว ตลอดเวลา
ที่ทองแดงถวายงาน พระบาทสมเด็จพระเจ้าอยู่หัวจึงมีพระมหากรุณาธิคุณให้เรียก
"แดง" ว่า "คุณนายแดง" นับว่าทองแดงนี้เป็นอภิชาตบุตรโดยแท้ คือ ทำให้แม่
ได้หน้าได้ตาด้วย

"ด่าง" แม่ของทองหลาง ได้รับพระมหากรุณาธิคุณให้เรียกว่า "คุณนายด่าง"
เพราะทองหลางได้ถวายงานด้วยความจงรักภักดีเช่นเดียวกัน เช่นเมื่อมีคนที่ไม่
คุ้นเคยผ่านใกล้ที่ประทับ ทองหลางจะลุกขึ้นเห่าจนกระทั่งคนเหล่านั้นจะผ่านไป

แม่
๒๓ กรกฎาคม ๒๕๔๕ พระตำหนักจิตรลดาฯ.
Mother
Chitralada Villa, July 23, 2002.

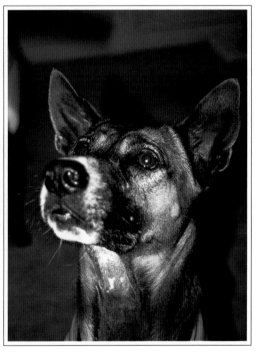

ลูก
๒๒ ตุลาคม ๒๕๔๕ วังไกลกังวล.
Daughter
Klaikangvol Palace, October 22, 2002.

๗ พฤศจิกายน ๒๕๔๕ วังไกลกังวล.
Klaikangvol Palace, November 7, 2002.